அதிசய பிறவி

சபீனா பகுருதீன்

அதிசய பிறவி
கவிதை
ஆசிரியர் : சபீனா பகுருதீன் 2022 ©
முதல் பதிப்பு : நவம்பர் 2022
வெளியீடு : ஏலே பதிப்பகம்
5/175, பாத்திமா நகர், கூத்தென்குழி,
திருநெல்வேலி - 627104
தொடர்புக்கு : +91 9944992571

Athisaya Piravi
Poetry
All rights reserved
by   Sabeena Bahurudeen 2022 ©
First Edition : November 2022
Pages: 67
ISBN : 978-93-5533-516-6
Aelay Publish
Contact : +91 9944992571
Designed by : Aelay publish team

உள்ளடக்கங்கள்

முன்னுரை

மானிடப் பிறவியே அதிசயம் நிறைந்த மாய உலகு, சொல்லாள் பிறக்கவே இந்த மாய சிந்தனை உலகில் மூழ்கி உலக வாழ்க்கைக்கும் அப்பாற்பட்ட வாழ்க்கையை வாழ்வதுதான் இந்த அதிசய பிறவி.

சதா அதிசயங்களை நிகழ்த்தக்கூடிய மனிதனின் ஆற்றலை ஆற்றலின் பிரதிபலிப்பை வெளிப்படுத்தும் ஆற்றலைவிட அவனைப் படைத்த இறைவனின் ஆற்றல் எண்ணிலடங்கா.

நாம் அடையும் ஒவ்வொரு நிமிடத்தையும் நேசம் கொண்டு கழித்தால் நம் வாழ்வில் அதிசயங்கலாய் வெற்றிகளும் தழுவும்.

மனித வாழ்விற்கும் அடிப்படையான விடயங்களை பூர்த்தி செய்திட அன்றாட வாழ்க்கையில் அன்பு, கோபம்,ஏமாற்றம், தடுமாற்றம், இழப்பு, என பல உணர்வுகளை கொண்டவைதான் இந்த அதிசய பிறவி.

அந்த அத்தனை உணர்வுகளையும் என்னுடைய எழுத்தின் கவி வடிவில் புரட்சிகரமான பாதையில் படைத்திடவே இந்த அதிசய பிறவி புத்தகத்தில் கவிதைகளாக எழுதியுள்ளேன்.

அதிசய பிறவி

♥

ஒளியின்மை இல்லாத
அவள் குரலில்,
அவளின் தேகத்தில்
அத்தனை உறுப்புகளும்
பேசின கை ஜாடையில்,
பிறப்பிலே அபூர்வமானாய்,

யுகத்தில் வாழ்ந்தது
போதுமேன்றே
இறைவன் எழுதிய
ஏட்டுச்சுவடில்,
முற்றுப்புள்ளியும் ஆனாய்,

அந்த முற்றுப்புள்ளி
உன் உடலுக்கு மட்டுமே
என்றறிந்த உலக உண்மையில்,
சில உலகாசை தீராத மானிட

உறவுகளுக்கு, எப்படி
எடுத்துரைப்பது,
இந்த உலகு நிரந்தரம்
இல்லை என்பதை...

வாழ்ந்துப் பார்

வாழ்க்கையின் வட்டத்துக்குள்,
நேர்மையாக வாழ்ந்துப் பார்,

பல துரோகிகலும் உருவாகுவார்கள்,
அவர்களை கடந்து, பல சுவடுகளை
சுமந்தே வாழ்ந்துப் பார்,

வாழ்க்கை உனது வட்டத்துக்குள்
அழகாக தெரியும்,

வலிகளை சுமந்துதான்,
பல சுவடுகளை பதிய வேண்டும்,
பல்சுவை வாழ்க்கையின்
பல சுவைகளை சுவைத்தேதான்
வாழ வேண்டும்,

உனது வாழ்வையும் சுவைத்தே
வாழ்ந்துப் பார்.
உனது கசப்பான வலிகளும்
சுவையாக மாறிவிடும்..

எட்டா நிலவை, எட்டிவிட துடிக்கும்
உனது இதயம், பல போராட்டங்களை
கடந்துதான் எட்டிவிட முடியும்,

வாழ்ந்துப் பார், எட்டா தூரமும்
உனது கரங்கள் அருகிலே எட்டிவிடும்,

சில முட்கள் நிறைந்த பாதைகளும்
தேவைதான், உனது வாழ்வியலுக்கு,

முட்கள் வீசிய வார்த்தைகள்தான்
உனது மலர்வினை போன்ற , உனது சுகமான
வாழ்க்கைக்கும் பாதுகாப்பு, வாழ்ந்துப் பார்,

தடைகள் பெரிதுதான்,
அந்த தடைகளை உடைத்து,
தாண்டிவிட முயற்சிகளும் உனது
வாழ்க்கைக்கும் சிறிதேனும் தேவைதான்,
வாழ்ந்துப் பார், உனது வலிகளும்
இனிமையாகும்,
உனது வாழ்க்கையும் சுவர்க்கமாகும்,
வாழ்ந்துப்பார்.

உனது வட்டத்துக்குள் கட்டமைப்பும்
ஒரு வட்டம்தான்,
அந்த கட்டமைப்பை அகற்றி,
பரந்த வானில் வட்ட நிலவின் ஒளியை,

உனது விழிகள் விரித்து ரசித்து வாழ்ந்துப்பார்,
ஈர் விழிகள் போதாது,
உனது சிந்தையிலும் கட்டமைப்புகள்
வெறும் மரக்கட்டைகளாக தெரியும்,

உனது வாழ்க்கை உனது கரங்களே உருவாக்கும்,
உனது வாழ்விய வெற்றிட சுடரை வாழ்ந்துப்பார்,

இங்கு காற்றுக்கும் கட்டமைப்பு
வேலிகளை
இறைவன் கட்டமைக்கபடவில்லை,

பிறகு ஏன் தயக்கம்,
தாமதம்,
தடுமாற்றம்,

உனது கட்டமைப்புகளை
கட்டவிழ்த்துவிட்டு
காற்றோடு கலந்து வாழ்ந்துப்பார்,

உனது வாழ்வும் அர்த்தமுள்ளதாக
மாறும்,
உனது வாழ்க்கையை
கொஞ்சம் வாழ்ந்துப்பார்....

இலக்கணம் அறிவோம்

♥

இறைவன் எழுதிய
முதல் இலக்கணம்
உயிரிலக்கணம்
என்று முதல் அறிதல்
அழகு....

கொஞ்சும் மழலை
பேசும் இலக்கணம் மொழி
புரியா பேரழகு....

தத்தித் தாவும்
சிறு பிள்ளையின் தருணம்
குறும்பிலக்கணம்
பேரழகு.....

திக்கி பேசும்
மழலையின் முதல்
தமிழ் இலக்கணம்
அழகு.....

நண்பர்களிடம் போட்டிபோட்டு
இலக்கணம் அறியா வயதில்
எழுதும் முதல் கவி
இலக்கணம் பேரழகு.....

காலம் உணர்த்தும்
வாழ்வு இதுதான்
என்று அறிவை
இறைவன் தரும்
அறிவிலக்கணம்
அழகு.....

இலக்கணம் யாவும்
நம் உடலில்
இயங்கும் நரம்பிலக்கணம்
முதிர்ந்து வரும் முதுமை
அறிதல் அழகு....

வாழ்வின் முடிவிலக்கணம்
எது என்று அறிய காத்திருக்கும்
காத்திருப்பும் பேரழகு....

உயரத்தின் உந்துசக்தி

கண்ணியமிக்க மாந்தர்
நபியின் உம்மத்து என்பதால்

பல நாள் துவண்டு
வீழ்ந்தாலும்
துணையோடு, துணிவோடு,
உயரங்களில் உயர்த்திய
மாநபியின் தீர்க்கதரசியான
துயர வாழ்வியல்தான்..

பணிவோடும், பல பற்றோடும்,
இவ்-வையகத்து முதல் மாந்தர்
என்னும் சீர்திருத்தவாதியாய்...

அந்த மாந்தரின் பற்றுடைய
வாழ்வியல்தான்,
எம் மனதில் பற்றோடு
பற்றிக்கொண்டது...

மழலை மனம்,
புன்னகை தொலைக்காத
முகம், வீண்பேச்சுகள் இல்லா
சிந்தனை,
அனைத்து மனையையிடத்தில்
சக தோழராய் திகழ்ந்த வாழ்வு..

பகைவனையும் வென்ற அறிவாற்றல் /
மெய் சிலிர்க்க வைக்கும் பணிவு /
இறையின் பேரன்பு பெற்ற
மாமனிதர்...

வலியவனின் பாதை

வண்ண சிறகுகள் கொண்டு
ஈர்த்தாய்
வழியவன் பாதைகளெங்கும்
தேன்னீறலாய்,

வழியவன் முட்டி மோதி
இமயங்கள் கடந்து செல்லவே
இறைவன் அனுப்பிய
புகை மூட்ட தூதுத்துவன்

விண்ணை தொட
பறப்பதற்கு ஆயிரம்
வழிகளுண்டு..

காரணங்களின்றி தட்டி
களிப்பவர்களுக்கு
இல்லை...

இறையின் நேசம்

எண்ணம் முழுதும்
இறையின்
துதியும், தூதும்,
தூதரின் வாழ்விய
நெறி முறையும்
என்றும் நீங்கா
என்றிருந்தால் !

எண்ணம் போல
வாழ்வின் மகிழ்வும்,
வெற்றியும் என்றும்
நீங்கா ஈருலக
புகழ்ச்சியால் என்றுமே
வீறு நடையிலே !

கருணை இல்லா உலகு

இடி
தாங்கிய முகில்கூட
புன்னகை பூ மழை
பொழிகிறது

பல வலி தாங்கிய
சிறு நெஞ்சமும்
பாறையாகிறது

வரதட்சணை கேட்கும்
வறண்ட உலகமிது
இனி கருணை ஏது இங்கு

பல கன்னிப்பெண்ணின்
உண்மை நினைவெல்லாம்
கனவாகி போகிறது

அவளின் வறண்ட தேகமும்
வயதாகி போகிறது

கண்ணீர் சிந்தியே
சிறுநெஞ்சமும் பாரமாகி
போகிறது

வலுவாய், நீ எழுவாய்
பூமியிலும் வாழ்ந்திட
நீ முன் வருவாய்...

பல பாவையின் கண்ணீர்
தடத்தையும் துடைத்தெழுவாய்..

கல்வி

♥

கல்வியின் நோக்கங்கள்
ஒன்றாகதான் இருக்க வேண்டும்...
அதில் மத பிளவுகள் இருக்க கூடாது....

கல்வி என்பது பொதுவான
சொத்து,
அதில் இன்ன ஜாதி மக்கள்தான்
பயில வேண்டும் என்று எந்த நீதி
துறையிலும், எந்த மத வேதங்களிலும்,
எந்த அரசியலமைப்பு சாசனத்திலும்
அச்சிடபடவில்லை...

சிறுபான்மை மக்கள்,
ஒடுக்கப்பட்டவர்களாகவே
இருக்க வேண்டும் என்று எந்த
அவசியமும் இல்லை,

ஒருவன் அன்றைய தினம் அதிக
பசியுள்ளவனாக கருதுவான்,
மறுதினம் பசியற்றவனாக கருதுவான்,
இரண்டுமே அவனுடைய
தேகத்தினால் தோணுகிற
இயல்பு...

அதை யாராலும் தடுத்து
நிறுத்திவிட முடியாது....

அதுபோன்றுதான் சிறுபான்மையினரின்
உணர்வுகளும்....
தான் வருங்கால தலைமுறையினர்
கல்வி அறிவாற்றலால்
அனைத்து துறைகளிலும்,

மதசார்பற்ற சகோதர சமநிலையையும்,
சமத்துவத்தாலும், நிலைப்பெற
செய்வதே, அவர்களின்
குருதியில் இயல்பாக ஊறிய ஒன்று...

அதை மறுக்க நினைப்பதோ
தடுக்க நினைப்பதோ
தவறாகும்....

சமநிலை என்று ஒன்று
அது கல்வியில் என்றுமே
ஒன்றாக வேண்டும்.....

தருணமில்லா போராட்டம்

சாட்சிகள் யாவும் மெய்ப்படவே
சிந்திய ரத்தம் எல்லாம் பயனுரவே....

தன்னிச்சையான செயலைக் கண்டு,
அவதூறு பேசிய வாய்மொழியெல்லாம்,
மெய்ப்பட்டு துதிபாட....

நீல வண்ணம் கொண்ட
முகில் மேல வட்டமிட்டு
பறந்தாடுகிறது மனம்....

மேகம் மூடிய வானில்
மழை துளிகலும்
நனைப்பதில்லை...

மனமென்னும் மாயதூரண்கள்
என்று அவர்கள் அறியவில்லை.....

இறைவன் நாடியது மட்டுமே
அனைத்தும் செயலாற்றுகிறது....

அதை அறியப்படும்போது
அறியாமையில் வாழ்ந்து
மரணித்தோரும் பலர் உண்டு.....

வன்மையின் வலிமை

வன்மை கொண்ட மனம்
எல்லாம் வலிமை கொண்டவராக
திகழ்வார்...

உலக வாழ்வியலே கடின வன்மை
கொண்ட ஒரு நாடக மேடைதான்..

மூத்தோர்கள் யெல்லாரும், தீராத
மெய்ம்மை கொண்ட
அறிவாற்றலையெல்லாம்
இவ்-வையகத்து நாடக மேடையில் உரைத்து
விட்டு காலம் மறைந்தார்கள்...

அதில் "சாதிகள் இல்லையடி பாப்பா"
என்று நம்முடைய மூத்த கவிஞர்
மகா கவி பாரதியின் புகழ் பெற்ற
பாடலில் ஒன்றுதான் இந்த பாடல்
அதை பாடியதால் சாதியால்
ஒத்துக்கப்பட்டார் அன்று

இன்று வரையிலும் அதே
சாதி அறிவிழிகள் சாதியை பற்றி
பேசி திரிகிறார்கள், சாதி பற்றாளர்கள்,
மனித சாதியை மறந்து....

மழலையிலே நம்முடைய
அச்சிட்ட பாட புத்தகத்தில்
இந்த சாதி பாடலை மனதில்
அச்சிட்டு பாடியும்,
மனதாலே மறந்து போனார்கள்
சாதி பிரியர்கள்...

சாதி பிரிவினையால் இன்றி
தலைக்கணத்தால் தலையாட்டம்
ஆடுகிறார்கள் சாதி ஆட்ட காரர்கள்...

ஆடுகின்ற ஆட்டம் எல்லாம்,
இவ்- வையகத்து நாடக
மேடையில் மட்டுமே..

ஆடர்கள் ஆடி கொண்டே
இருக்கட்டும் ....

சாதி ஒழிய சமத்துவத்தை
நம்முடைய கவிஞர்களும்,
படைப்பாளர்களும், அறிஞர்களும்,
என்றுமே உரைத்துக் கொண்டே
இருக்க போகிறார்கள்...

என்றோ ஒருநாள் சாதிகள்
எல்லாம் ஒழிந்து,
சமநிலை சமத்துவம் நிலவும்,
இவ்- வையகத்து நாடக
மேடையில்...

 அதிசய பிறவி

சிதைந்த கனவு

வாய்மொழிக்குள்
பல பாவையின்
வாழ்வு சிதைந்தே
போனது கூண்டுக்குள்....

உனது ஈர் இறக்கைகள்
உண்டு, சிறகடித்து பறந்திட...
விமர்சனம் என்ற ஒடுக்குமுறை
வாழ்வும் நிதர்சனமும் இல்லை...

இந்த ஒற்றை வாழ்வும் இறைவன்
அளித்த ஒற்றை அருட்கொடை...

இறைவன் காட்டிய வாழ்வே
உமது நீண்டதொரு பயணம்....
நில்லாமல் சென்றிடு....
கூடிட்டிலிருந்து விடுதலை
கிடைத்த பாவையாய்....

சீரிய வாய்மொழி

♥

சிதைக்கும் நிமிடங்கள்
சிதறாமல் செதுக்கும்
உன் சிந்தனை உளி
சீரிய வாய் மொழிகள்
நிதானம் சிந்திய
உன் செம்மை சிந்தை
மொழி.....

சிதறாமல் எழுத்தாக்கும்
உன் எழுதுகோல்
சிதைந்த மெய்ம்மை
சிதறாமல் காக்கும்
உமது ஆயுத மை
என்றும் தீரா உனது
தீ சொல்,
என்றுமே மரணமில்லா
உரைக்கட்டும்...

பெண் அடிமை அகற்று

சில ஆணாதிக்கம்
உள்ளவரை பெண்
அடிமைத்தனம் ஓயாது..

தியாகங்கள் பல
என்றாலும், அடிமை
என்ற ஒற்றை வார்த்தை
அவளை அடக்கி,
முடக்கி ஆளுகிறது..

மகளிர் என்ற மகத்துவம்
பிறப்பிற்று கொண்டே
இருக்கும்,

மங்கையராய்
தழைத்து நின்றிட...
மணிதியாய் நீ தலை
நிமிர்ந்திட..

சாதிகள் இல்லா சமத்துவம் வேண்டும்

கவுகள் மெய் பட வேண்டும்,
அதுவே நல்லுற பயனுற வேண்டும்,

சாதிகள் ஒழித்திட வேண்டும்
அதுவே சமத்துவம் என்றுமே
ஓங்கி ஒலித்திட வேண்டும்...

தலித்துகள் என்றுமே கல்வி அறிவாள்
திகழ்ந்திட வேண்டும்...
அதுவே என்றும் காரணம் கூறும்
ஆயுதமாக தலை நிமிர்தல் வேண்டும்...

ஏழைகளின் கண்களில்
கானல்நீர் கரைந்தோட வேண்டும்..
அதுவே என்றும் நிலைத்திட வேண்டும்....

பசி இல்லா உலகை
அமைதிட வேண்டும்...
அதுவும் பல உதவி கரங்கள்
முன் வர வேண்டும்...

பெரியார் சொன்ன பெண் விடுதலை
வேண்டும்...
பெண்மையையும் போற்றவும்
வேண்டும்....

நபிகள் நாயகம் சொன்ன
பெண் சம உரிமை வேண்டும்...
அதுவே என்றும் சத்திய மார்க்கத்தோடு
வாழ்ந்திட முன் வரவேண்டும்...

ஆண்மகன் கரங்களுக்குள், பெண்
உணர்வுகளை அடக்கிடாத,
பெண்ணிய கண்ணிய சுதந்திரம் வேண்டும்,

காலத்தோடு பெண்ணிய கனவுகளை
நனவாகும், கண்ணிய ஆண்மகன்
கணவனாக வேண்டும்,

அதுவே ஒவ்வொரு பெண்ணின்
வாழ்விலும் தொடர்ந்திட வேண்டும்....

கணிப்பு

காலத்தின் கணிப்பு
மிக உன்னதமானவை,
காலம் கடந்தாலும்,
காலத்தோடு பேசப்படுவார்கள்,
பலரின் கால் தடம் பதிந்த
சுவடுகளை....

அன்று நான் சிந்தித்து
பேசினேன் அவர்கள்
சிந்திக்காமல்
நகைத்தார்கள்...

இன்று நான் சிரிக்கின்றேன்
அவர்கள் நகைக்காமல்
சிந்திக்கிறார்கள்...

சிந்தித்த பிறகு
புன்னகையுங்கள்

புன்னகைத்த பிறகு
சிந்திக்காதீர்கள்,

காலத்தின் கணிப்பை
மனிதர்களால் கணிக்க
முடியாது..

கரங்கள் நிறைந்த அலைபேசிகள்

♥

கரங்கள் நிறைந்த பொம்மைகள்
அன்று, பிஞ்சு குழந்தைகளின் புன்னகை
மாறாத துவல்கள்..

தனிமை என்றொரு அறியாத நிலை அன்று,
பெரியவர்கள் நிறைந்த ஸ்பரிசனம்
இல்லமெங்கும்.

அலைபேசி நிறைந்த கரங்கள்
இன்று, பொம்மைகள் இருள் அறையில்
நிரந்தர நித்திரை யாத்திரை...

பெரியவர்களின் ஸ்பரிசனம் இல்லாத
வெறுமன ஏங்கும் இல்லம், வாடுவது பிஞ்சு
குழந்தையின் மழலை வாழ்வு..

இன்றே பல திருமணம் பந்தங்களின்
உறவுகளின் வாழ்வும் அலைபேசியில்
காணொளியாக மாறுகிற அவலம்,
ஆசைகளும், எதிப்பார்ப்புகளும்,
ஏமாற்றங்கலும், அதிகரிக்கும்
இன்றைய அலைபேசியின் அவல
வாழ்வு.

தவறுகள் பிறக்கப்படுவது எங்கிருந்து,
என்ற அறிதலை நாம் உணர்ந்தால்,
தவறுகள் எட்டி பார்ப்பதில்லை...

மழலை வன்கொடுமையும்,
முதியோர் இல்லமும், அனாதை
காப்பாகமும் வளர்த்து விடுவது எது?

அதிநேரமும் அலைபேசியிலே
நேரத்தை செலவிடும் மழலைகளும்,
வாலிபர்களும், கணவன்மார்களும்,
பெண்களும், மனைவிமார்களும், மானவிகளும்..

எதற்க்காக அலைபேசியை உபயோகிக்கிறோம்
என்றறியாத நிலை இன்று அனைவரிடத்திலும்
அலைமோதுகிறது.

மனிதனின் இரக்கமற்ற குணம்,
நற்செயலற்ற செயல்,உறவுக்குள்
பாசமற்ற தன்னலம், அலைபேசியில்
தனிமைத்தனம் இவைகள் மட்டுமே
உலகமெங்கும் பறந்து விரிந்து கிடக்கிறது
அலைபேசியால்.

இந்த குணங்கலெல்லாம் இல்லாத
ஒரு மனிதனால்தான்,
ஒரு நல்ல எதிர்கால மழலைகளையும்,
நல்ல உறவுகளையும்,உருவாக்க முடியும்....

அலைபேசிக்குள் நம் வாழ்வை மூழ்கடிக்காமல்,
அலைபேசி எதற்க்காக என்றறிந்து
நம் இலக்கினை நோக்கி முன் நகருவோம்
முன்னேறுவோம்..

 அதிசய பிறவி

இலைகள் தரும் படிப்பினை

♥

ஒருவன் வாழ்ந்த வாழ்வை
அவனது இடைப்பட்ட காலம்தான்
அவனது பிம்பம் மறைந்த பின்னும்
பேச கூடியதாக அமைகிறது.

துளிர்விடும் சிறு இலைகள் போல்
அவன் செய்யும்
நற்காரியங்கள் யாவும் துளிர் விட்டு
சிறுக சிறுக பெருதாகி சருகாகி
போகிறது,

மண்ணுக்குள்
உரமாகிய பின்னும்,
மறுதளிர்கள் துளிர்க்க
உதவுகிறது,

மனிதனின் செயல்களும்
அதுவாகவே அமைகிறது,

மரணம் வந்தடைந்தாலும் நம்முடைய
நற்செயல்கள் பல தலைமுறைகளுக்கு
உரமாகி துளிர்விட்டு தழைக்க
உதவுகிறது...

நாம் செய்யும்
நற்-சிந்தனைகளும்,
நற்-காரியங்களும்..

நீங்கா நொடிகள்

நீங்கா வலிகள் கண்டு
தூங்கா இரவுகள் கலைந்து

துயிலாய் அவன் தோல் சாய்ந்து
காதல் இரு நெஞ்சம் கலந்து

வலி தீர்க்கும் நெடும்பாதைகண்டு
பாதம் செல்லும் சிறு பயணம் கொண்டு,

வாழ்வில் எங்கு முடிவுகள் என்று,
தொடர்ந்த நாட்களும் நீண்டு,

நெஞ்சம் சிறு பிள்ளையென துவண்டு,
தனியே துணையென்று வீரம் கொண்டு,

எண்ணிய நல்லெண்ணம்
நற்காரியம் முடிந்து,

உண்மை உறவுகள் எங்கே என்று,
தீரா தேடல் தொடர்ந்து,

வாழ்வின் முடிவிலே,
மறுவாழ்வு தொடர்ந்து,
அர்த்தங்களும் பலநூறு கண்டு,

இறைவன் காட்டிய வாழ்வு
இதுதான் என்று,

துணிவோடு கடந்து,
காலத்தோடு புதைந்து,

சிறு காகித எழுத்தாக
வாக்கியம் கண்டு,

பெரும் புரட்சிகள் கொண்டு,
தீயவை பொசிக்கிட தொடர்ந்து,

வாழ்வையும் அர்ப்பணம் செய்து,
முடிவில்லா பயணங்களோடே,

தீரா எழுத்துக்களோடும்,
உயிர் மூச்சாய் வாழ்ந்திட,

முடியாதோறு பயணமாய், இந்த
சிந்தனைப் பயணம்.... தொடரும்......

ஆயிஷாவின் நொடிகள்

மனித மிருகத்துக்கு
இரையாகிய உன் தேகம்,
மன்னரையில் பூவுடலாய்
காக்கப்படுவாய்,

மன்னரை கூட தீண்ட
மறுக்கும் உன் தேகத்தின்
வயதை,
மனித உருவில் உலா வரும்
மனித மிருகங்கள்,
தீண்டியது ஏனோ,

சிதைந்த உடல் மண்ணுக்குள்
புதைந்தாலும்,
சுவனத்து சீட்டுகளில்
உயிரோடு உலா வருவாய்..

எழுத்துப் பிழை

ஒரு எழுத்து பிழை என்றால்,
காகிதம் குப்பையில் வீசி எரியப்படும்,

பிழையில்லா எழுத்துக்களை உருவாக்கும்
எழுதுகோளுக்கு ஆளுமைகலும்,
உணர்வுகளும் கொடுக்கப்படும்,

அந்த எழுத்தை உருவாக்கும்
மனிதர்களால்..

பிழை என்று வீசி எரிந்த காகிதங்கள்
மட்டுமில்லை,
சில உறவுகளையும்தான்,

காகிதத்தோடு மனித வாழ்வும்
பல நிஜ கதைகலும் சொல்லும்,
இந்த மனித வாழ்வியலில்..

கருவறையில் நான்

♥

இறைவன் அருளி உன் கருவறையில்
உதித்தேன்,

பல மாதங்களின்றி அறியாத
அம்மாவின் முகம்,
அவள் கருவறையில்,

செவிகளில் கேட்டறிந்தேன்
அம்மாவின் புதிய மொழியை,
அவள் கருவறையில்,

காற்றை உணராத நான்,
அவளின் உயிர் மூச்சு காற்றை மட்டும்
சுவாசித்து உயிர் வாழ்ந்தேன்,
அவள் கருவறையில்,

உணவை விழிகளில் நான் கண்டதில்லை,
எனது பசி அறிந்து அவள் உணவு பருகினால்,
அவள் கருவறையில்,

பல நாட்கள் அம்மாவை
உறங்க விடுவதில்லை நான்
அவள் கருவறையில்,

கோபமின்றி புன்சிரிபோடு அரவணைத்து
காதத்துக்கொண்டால் அவள் கருவறையில்,

பல நாட்கள் வலியோடு சுமந்தவள்,
என்னை பாரினில் உயர்த்தவே,
கரு காத்தாய் அவள் கருவறையில்,

பாரம் என்று நினைத்தால், அவள்
கருவரையும் எனது கல்லறையாக
மாறி இருக்கும், அவள் கருவறையில்,

உனது கருவறை பாரத்தின் வலியையும்
சுகம் கொண்டே சுமந்தாயே,

எத்தனை பகல், எத்தனை இரவு,
அத்தனையையும் கடந்து,
என்னை பெத்தெடுத்தாய்,
பத்திரமாக,

பல நாட்கள் இருளில்
தஞ்சமடைந்த எனக்கு,
பயம் என்றொரு இருளை
தஞ்சமில்லாமல் அகற்றினாள்
அவள் கருவறையில்,

இன்பமான அவள் கருவறையில்
அன்றே தனிமை என்றொரு
வாழ்வையும் கற்றுக்கொடுத்தாய்,
எளிதாய் இன்று நான் தனியாய் நடைபழக,

எத்தனை கடினம் கொண்ட நேரம் வாய்த்தாலும்,
உனது வாய்மை மெய்ம்மை மட்டும் உரைத்துவிடு
என்று எடுத்துரைத்தாய், உனது கருவறையில்,

அன்னையை போற்றிட,
இத்தனை வரிகளும் போதாது,
அத்தனையையும் சமர்ப்பணம்
செய்வேன்
உலகில் வாழும் அத்தனை
அம்மாக்களுக்கும்...

மலையோசை

மழையில் நனையும்
மலலையும் அவள்.
சிறு மண்ணில் துளிர்க்கும்
பெரு வெள்ளமும் அவள்...

அகண்ட உலகில் நீண்ட
கனவும் அவள்...
ஆகாயம் பறந்திட துடிக்கும்
சிறு பறவையும் அவள்...

கீதம் பாடும் சங்கீத
குயிலும் அவள்..
வண்ண தொகைகள் கொண்ட
வண்ண மயிலும் அவள்....

பூ வாசம் கொண்ட,
வண்ண மலர்களும் அவள்..
வண்டுகள் பருக தேன் துளியும்
அவள் இதழ்...

புள்ளில் விழுந்த பனிதுளியும்
அவள்...
புதியதாய் பிறந்த புதிய
கவியும் அவள்...

நல்ல சரிதை தீண்டிய
சரித்திரமும் அவள்..
நாவால் பிறர் கெடாமல்
நல்ல நாவையும் காத்த
நல்ல மங்கையும் அவள்...

காற்றுக்கும் தூது அனுப்பும்
வெள்ளை காகிதமும் அவள்...
எரிமலையும் சூடுகுறையும்

கோபமற்ற மௌன மொழியும்
அவள்...

கல்வியும் வியாபாரம் ஆனது

கல்வியும் வியாபாரம் ஆனது,
ஏழைப் பிள்ளைகளின் கனவும்
கனவாகிப் போனது,

நாட்டுக்குள் இத்தனை ஊழல்கல்களும்
விரிவாக்கி போனது,
எங்கள் பெண் பிள்ளையின் உயிருக்கும்
உத்தரவாதம் இல்லாமல் ஆனது,

காற்றுக்கும் எல்லைகள் இல்லையடி,
ஆனால் உந்தன் கண்ணீருக்கும்
நீதிகள் இங்கு ஏதடி,

பெண்ணாய் பிறந்தது பாவமா?
இந்த மண்ணிலே, விதைத்து தழைத்து
வளரும் முன்னே
இங்கு மண்ணோடு மண்ணாகிப்
போனதடி உனது தேகமும்,

அந்த காம மிருகத்துக்கு இங்கு
இரையாகி போனாயடி,
காலம் முழுதும் பதில் சொல்லும்
உனது கல்லறையடி,

நீதிகள் எங்கே என்று தேடி அலைந்த
கால்களும் ஓய்ந்து போனதடி,
பல பேனாக்கலும் இங்கு ஆயுதமானதடி,

உடலை மட்டும் பார்க்கும் மிருகத்துக்கு
அங்கு மகுடம் சூட்டும் விழாவடி,
இங்கு உனது உடலுக்கு இறுதி சடங்கடி,

ஆரடி மண்ணும் இங்கு நிரந்தரம்
இல்லையடி கண்மணி,
நீதியே அநீதியை வெல்லுமடி கண்மணி
நீ தாளாமல் கண்ணுறங்கடி.

இன்று நீ, நாளை நாங்கள்.

வானம் சிந்திய வடுக்கள்

மழையின் ஈரம் பூமி எங்கும்
ஆங்காங்கே குளமாய் தவிழ்கிர
குழந்தைமழை,

தெருக்களில் தேங்கி நிற்கும்
மழை நீரில் உல்லாச குளியல்,
மழலையின் காகித கப்பல்,

மெதுவாய் சொட்டுகிற மழையில்
நனைந்து கால் நடையோடு அணிவகுப்பு
கால்நடைகள்,

அடைமழை கவிழ போகிறதோ என்று
ஐயம், கண்களில் மிதக்கும் பாவனம்,

அதேசமயம் வானத்தைப் பிளந்த மின்வெட்டு,
வயலோரம் முதியோர் தம்பதிகள் கால்வாய்
வெட்டெடுக்கும் மும்முர முயற்சி,
கோணிப்பை தலைக்கு அடைக்கலமிட்டு
உல்லாசமாய் பூமி இறங்கியது
அடை மழை துளிகள்,

என் படைப்புக்கும் விருந்து உபசரிப்பு,
வீட்டு வாசல்களில் குழந்தைகளின்
மழையோடு ஆட்டம்,

உள்ளே இருந்து அம்மாக்களின்
வய்யிற சத்தம், காதில் போடாத மகிழ்ச்சி,

கையோடு அழைத்து வீட்டுக்குள்
அடைகிறார் சிலஅம்மாக்களின் பொறுப்பு,

சில ரிக்ஷா வண்டியின் தடதட சத்தம்,
மழைக்கு இசை போட்ட தாளம்,

கண்களுக்கு குளிர்ச்சியாய், வானம்
சிவந்த வடுக்கள் அன்றைய தினம்...

ஏழைகளுக்கு வாழ்வில்லா உலகு

அனுதினம் வாடிய வயிறு
பசியை ஆற்ற யார் உண்டு
என்று எதிர்பார்ப்பு..

கூரைக்குள் ஒளிரும் சூரிய
ஒளியின் ஆற்றல்
அதிகாலையின் வெளிச்சம்,
கடிகாரமின்றி ஏழையின் குடிசை...

மழைக்காலங்களில் மழை
நின்றும் வற்றாத நீர்வீழ்ச்சி,
கூரையின் நடுவே..

பதுங்கிய இரவுக்கு நித்திரையாக,
கன்னிப்பெண்ணின் உரக்க
காவலன் நிலவு...

நிலவின் வெளிச்சம் கூரைக்குள்
விளக்காய் ஒளிர்ந்தாலும்,
சில பெருச்சாளிகளின் கூட்டம்
பதுங்குழி தேடும் அவலம்...

அறியாத பெண்ணின் பரிதாப நிலை,
இரவெல்லாம் போராடும் போர்க்களம்.

விடியலுக்காக ஏங்கி துடிக்கும் மனம்,
ஓரிரவு ஒன்று நிம்மதியான உறக்கம்
வேண்டும் என்று தினதோறும்
கன்னிப்பெண்ணின் பகல் கனவு....

அவளின் பகல் கனவு பலிக்காதோ,
பல கரங்களும் உதவிடாதோ....

கலங்கரை விளக்கு

உடலுக்கும் உயிருக்கும் விடைபெற்றுப்
போகும் காலம் தான் இந்த கலங்கரை விளக்கு,

முதல் உலகு கருவரை உயிர்பெற்று
பூவுக்குள் உலவுரை செய்து உடலுக்கும்
உயிருக்கும் இடைப்பட்ட கால உணர்வுகளை
கொடுத்து விட்டு சென்றாலும்,

பெரும் மலைகளைப் போன்று அதே
இடத்தில் நிற்கப் போவதில்லை,

உணர்வுகள் எல்லாம் பணியிறை போன்று
காலங்களில் கரைந்து அடுத்த நொடி நகருகின்றன,

நீண்ட நீரோடை ஓடையை விட்டு நீங்கி
தரையில் ஓடுவதில்லை,

அதேபோன்று உடலுக்குள் அத்தனை
உணர்வுகளையும் அடக்கி ஆள்கிறது மனிதனின்
ஆன்மா, இறைவன் கட்டளைப்படி..

அதில் கலங்கரை விளக்கு ஒளியில்
களங்கமில்லாமல்
தெளிவு பெறுகிறது, இறை சிந்தனையில்
மூழ்கின்ற ஆன்மா...

கல்லறையை எதிர்பார்த்து காத்துக்
கொண்டிருந்தாலும் கலக்கம் வருவதில்லை
சில ஆன்மாக்களுக்கு...

இப்பூவுலகில் வாழும் காலமே அத்தனை
விடயங்களுக்கும் விடை கொடுத்து விட்டு
செல்கிறார்கள்..

அவர்களது கல்லறைக்குப் இன்னும் உலகில்
வாழ்ந்து கொண்டிருக்கிறார்கள் கலங்காத
ஆன்மாக்கள்..

முடிவு பெற்றது உடலுக்கு மட்டுமே,
விமோசனம்
பெற்றது ஆன்மாவுக்கு....

மாய உலகு

ஒரு உடலுக்குள் ஈருயிர்
பறைசாற்றும் மாயம்,

ஒற்றை கருணை பார்வையோடு
இறைவனையும் மெய்மறக்கச் செய்யும்
மெய்யுரை உறவு,

சொந்தங்கள் நூறு என்றாலும்
சொல்லி காண்பித்து முன்னுதாரணம்
பலநூறு,

வெற்றிகள் தழுவ வேண்டாம்,
பேராசையும் புகழ வேண்டாம்,

கல்வனின் கரம்பிடித்து போகையில்
வையகமும் மறக்கும் மாயம்,
அவன் அன்புற பேச்சுகளின் எமது
ஆயுளும் நீடித்து போகும்,

இன்னுலகம் போதாதென்று
சொர்க்கலோகம் கேட்டேன்,
மரணமே இல்லா மாயலோகம்
அடைய காத்திருக்கிறேன்,

காத்திருப்பு நீடிக்குமா என்று
அறிதல் இல்லை,
காலம் போகும் பாதையிலே,
இரு காதலும் செல்லும்,

இறைவன் ஒருவனே
போதுமானவன்,
எங்கள் மன வாழ்க்கைக்கும்
அவனே சாட்சியாவான்...

பெண்மையின் வலிமை

சேய்யைப் பெற்றெடுத்து
உனது திண்மையை உணர்த்து

சேலையிலும் பொன்னூஞ்சல் கட்டி
வீரத்தாலாட்டு முழங்கு

வன்கொடுமை ஒன்று
உன்னை எதிரில் இல்லா வீழ்த்திட
திடம் என்று
உன் நெஞ்சை நிமிர்த்து..

வளையோசை கரம் கொண்டு,
வாழ்வீச்சும் வீர மகளொருத்தி
இவளென்று...

தாயகம் தலைநிமிரும்
உன் தனி ஒருத்தி
தின்னம் கண்டு...
தீங்கிழைத்தோர் திகைத்து நிற்க
உனது குரல் ஓசையை
உயர்த்தி நின்றிடு...

வரலாறும் பேசிட
பல புரட்சிகளும் நிகழ்த்திட
வாய் மொழி மௌனம் காத்து,
உனது ஆயுத எழுத்தையும்
பதித்து விடு...

உனது புரட்சிகள்
என்றுமே ஓங்கட்டும்
பல பாவையின்
கண்ணீர் துளிகளும்
கரையட்டும்...

மல்லிகை தோட்டம்

வான்மேகம் சிந்திய கண்ணீர்
மழை துளியாக மாயம்
மாரி பொழிந்தது......

மல்லிகை
தோட்டத்தின் இதழில்...
பார்த்ததும் பரவசம்..

மனித மனம் ஏனோ...
கலங்கிய மேகத்தை பார்த்தும்
வருந்துவதில்லை.....
ரசிக்க மட்டுமே செய்கின்றனர்.......

இறைவன் படைப்பில் எத்தனை
விசித்திரங்கள் சூழ்ந்துள்ளது

எல்லாம் அறிந்தவர் இவ்வுலகில்
யாரும் ஜனனம் இல்லை...

நிமிடங்கள்

♥

தொட்டு விடும் தூரம் தான்
நமது வாழ்க்கை
அதில் முழுதாக வாழ்வதே
சாத்தியமற்றது

சூழ்ச்சிகள் எல்லாம் சூழ்ந்துகொண்டு
சூழ்நிலைக்கேற்ப சூறையாடினாலும்
இறைவன் முன்பு தூசியாகிவிடும்..

நாளைய விடயங்களை எதிர்பார்த்து
இன்றைய நிமிடங்களை தொலைக்காமல்
நாளைய சாத்தியமற செயலை இன்றே
செய்து விடுவோம்...

நிமிடங்கள் பொன் போன்றது
என்று சொல்வார்கள்
அந்த நிமிடத்தின் அருமையையும்
வெற்றியை உணர்த்துவதற்கு
மட்டுமே தெரியும்....

ஒவ்வொரு நிமிடமும் எத்தனை
முக்கியம் வாய்ந்தது என்று....

வீண் செயலால் நேரங்களை
வீணடித்து இழந்த நம் நிமிடத்தை
திரும்பவும் பெற்றிட இயலாது....

தீமைகள் சூழ்ந்துகொண்ட உலகமிது
முதுகுப்புற பேசிவிட்டு இல்லை என்று
நாடகமாடும் மற்றொரு உலகமிது....

இறைவனின் பார்வைக்குள் சிக்கியவர்கள்
தப்பிக்க இயலாத ஒன்று...

உண்மை மனிதர்களை காணும் நேரம்
குறைவாகி கொண்டிருக்கிறது....

உலக முடிவுக்கான அறிகுறியும் தென்பட்டு
கொண்டிருக்கிறது....

இதில் பொய் பொறாமை தலைக்கணம் என்று
தன் கால் போன போக்கில் நிமிடங்களை இழந்து
வாழ்ந்து கொண்டிருக்கிறார்கள் சிலர்....

முடிவுகள் நெருங்குகின்ற நேரத்தின்
முற்றுப்புள்ளியையும் பிறப்பிலேயே
வைக்கப்பட்டுவிட்டது....

பிறப்போடு எழுதிய நிமிடத்தையும்
இங்கு யாரறிவார்
இறப்போடும் அறியும் நிமிடத்தையும்
இங்கு யாரறிவார்....

வேடிக்கை உலகில் நிமிடமும்
நிலையயற்றது
வேடிக்கைதான் பாரென்று
ஏசியும் விடுவார்கள்
சில உறவுகள்....

உலகப் புரட்சியும் வையமாக்கப்பட்டால்
காலத்தோடு சில பொய்உறவுகளும்
புதைந்து போவார்கள்....

முடிவுகளை முடிக்கப்போவது
உலகை தொடங்கிய இறைவன்தான்
என்று எழுதிவைக்கப்பட்டது....

வேடிக்கை உலகில் விருந்தாளிகள்
நாம் வேடிக்கை மட்டுமே பார்ப்போம்....

புரட்சியாளராய் சிறு புது யுகமும்
அமைப்போம்...

பணயம் வைக்கும் பயணங்கள்

உலகுக்கு விருந்தினர்
நாம் யாவரும்,
அதில் ஜனனம்
என்றொரு
முடிவுற பயணம்..

பணயம் வைத்த உயிரும்
இங்கு பணத்துக்காக
உயிரோட்டமாய்
உலாவுகிற அவலம்.

உயிரோட்டமில்லா
பொருளுக்கும்
இங்கு உயிருக்கும்
மேலான மதிப்பு

உயிரோட்டமுள்ள
மனிதனுக்கு
அலட்சியமும்
அவமதிப்பும் தொடரும்
பணயத்தின் பயணம்...

வாழ்வின் முழுமை
பணயம் வைத்த முடிவில்
உள்ளது

இதை அறியாத மனிதர்கள்
வாழ்வின் முழுமை
அடைவதில்லை

அறிந்த மனிதர்கள்
புரச்சிகளோடு தன் உயிரை
பணயம் வைத்து முழுமை
அடைகிறார்கள்..

முடிவுற என்றாலும்
மீண்டும் எழுவோம்
எழுதுற வடிவில் விடிவுற.....

சுதந்திர நாடும் அடிமை மக்களும்

சுதந்திரம் பெற்ற
நாடுதான்,
ஆனால் பெண்களுக்கு
கிடைத்ததா என்று
கேள்விதான்.

சுதந்திரம் கிடைத்த
நாடுதான்,
மத வெறியை
மண்ணிலே
புதைத்தோமா
என்று
கேள்விதான்..

பல கோடிகள்
புரளுகிற நாடுதான்,
ஆனால்
தெருக்கோடியில்
வாழ்கின்ற
பஞ்சத்தை
துரத்தினோமா
என்று
கேள்விதான்...

சுதந்திரம் கிடைத்த
நாடுதான்,
கற்கும் கல்விக்கும்
பாகுபாடு வேறுதான்..

சுதந்திரம் கிடைத்த
நாடுதான்,
அடிமைக்கும் இங்கு
பஞ்சமில்லைதான்...

சுதந்திரம் கிடைத்த
நாடுதான்,
மனித உறுப்புகளும்
விலை போகும்
அவளம்தான்...

சுதந்திரம் கிடைத்த
நாடுதான்,
இயற்க்கை காற்றை
சுதந்திரமாய்
சுவாசிக்கின்றோமா
என்று கேள்விதான்...

சுதந்திரம் கிடைத்த
நாடுதான்,
ஆனால்
பெண் பிள்ளைகள்
உயிருக்கும்
இங்கு பாதுகாப்பும்
இல்லைதான்...

சுதந்திரம் கிடைத்த
நாடுதான்,
பல மக்களின்
கேள்விகளும்
மனதோடு
அடிமையாகி
புதைகின்ற
மெய்மையும்தான்..

சுமைதாங்கிகள்

கதிரவனை வரவேற்று காத்திருந்த
கடல் வானத்து எல்லை...

சூடான தேநீர் கொண்டு
அருந்தும் எனது சிந்தனைக்கும்
உற்சாக வரவேற்ப்பு....

முடிகின்ற நாட்கள் முட்களாய்
நகர்ந்து இருளில் மூழ்கிய
பல மானிட வாழ்வும்.....

அதில் ஒவ்வொரு
இரவும் முடிந்தே
தீருகிறது,
ஒவ்வொரு விடியலும்
விடிந்தே தீருகிறது.....

ஆனால் பல
மனிதர்களின் மனசுமைகள்
மட்டும் தீர்வதில்லை....

ஆமைகள் சுமக்கும் ஓடுகல் போல,
மனிதர்களின் மனசுமையும் தீராமல்
ஓட்டிக்கொண்டேதான் நகர்கிறது
ஒவ்வொரு விடியலும்...

சுமை தாங்கிய பயணம் தானோ,
சின்ன சின்ன புன்னகையையும்
மறவாமல் விதைத்துக் கொண்டே
செல்கிறோம் இந்த மனித
வாழ்வியலில்.....

நடுநிலை தடுமாற்றம்

❤

காலத்தின் வேகம் அளவுகோல்
இல்லாமல் நகருகின்றன...

நடுநிலை தடுமாற்றம் மனிதனின்
வாழ்வும் இங்கு சமநிலையாய்
வேகம் கொண்டு நத்தைப் போல
ஊர்ந்து செல்கிறது,
பல கனவுகளையும் சுமந்து....

காலத்தின் வேகத்தை குறைக்க
இயலாதுதான், அது இறைவனின்
ஆற்றலுக்கு கட்டுப்பட்டவை...

ஆனால் நடுநிலை மனிதனின்
வேகத்தை அதிகரிக்கச்
செய்துவிட முடியியும்....

 அதிசய பிறவி

அது மனிதனின் ஆற்றலுக்கு
உட்பட்டவை...

வேகம், விவேகம், இவ்விரண்டும்
மனிதனின் நடுநிலை
தடுமாற்றத்திலிருந்து வெற்றி
வாழ்விற்கு அழைத்து செல்கிறது..

மனிதனின் சிந்தனை, செயல்,
இவ்விரண்டின் வேகத்தை
அதிகப்படுத்தினால்...

சாவுக்கே மரணமில்லை

சாவுக்கே மரணம் இல்லை
என்று சில சத்தியவான்கள்
கூறுகின்ற மெய்மை கூற்று...

எந்த புவி ஈர்ப்பு
திசைகள் கொண்டு
நகர்ந்தாலும்...

காலத்தின் பிடியில்
சிக்கிக் கொண்டாலும்...

வாழ வேண்டும் என்று உதடுகள்
மெய்ப்பித்துக் கொண்டே
இருந்தாலும்...

இரவும் பகலும் மாறி மாறி
காலத்தை உயர்த்திக் கொண்டே
இருந்தாலும்..

உலகை படைத்த
இறைவன்தான்,
மனிதனைப் படைத்த
அந்த இறைவன்தான்
சாவுக்கே மரணம்
இல்லை என்பதையும்
எழுதினான்...

ஆயுதம் கொண்டு
நீ போர் துரத்தாலும்,

அம்பின் விளிம்பிலே
உனது மரணத்தையும்
அறியலாம் என்று,
இறைவன் அறியச்
சொன்னான்...